चला, चहा पिऊ या!

शेपटीवालं झाड

ससुल्या

आणि इतर कथा

हे पुस्तक **माझं** आहे.

AF653342

मेहता पब्लिशिंग हाऊस

CHALA, CHAHA PIUYA! ANI ITAR KATHA / SHEPATIVAL ZAD ANI ITAR KATHA / SASULYA ANI ETAR KATHA by Rajiv Tambe

चला, चहा पिऊ या! आणि इतर कथा / शेपटीवालं झाड आणि इतर कथा / ससुल्या आणि इतर कथा / बालसाहित्य

राजीव तांबे
Email : mulansobat@gmail.com
Website : www.rajivtambe.com

संस्थापक : सुनील अनिल मेहता
प्रकाशक : मेहता पब्लिशिंग हाऊस प्रा. लि.,
१९४१, सदाशिव पेठ, माडीवाले कॉलनी, पुणे ३०.
✆ ०२०-२४४७६९२४
E-mail : production@mehtapublishinghouse.com
Website : www.mehtapublishinghouse.com

मुद्रक : श्री मुद्रा
प्रकाशनकाल : ऑक्टोबर, २००६ / पाचवी आवृत्ती : मे, २०२५
मुखपृष्ठ व आतील चित्रे : गिरीश सहस्रबुद्धे

किंमत : ₹२५०/-
ISBN 9788177667240

अनुक्रम

चला, चहा पिऊ या!

ससोबा आणि ससोबाचा मित्र हसोबा.

ससोबा आणि हसोबा, घरात एकटेच होते. ससोबाची आई गाजरं आणि कोबी आणायला शेतावर गेली होती.

ससोबा पालथं पडून पुस्तक वाचत होता.

हसोबा उताणं पडून पुस्तक वाचत होता.

वाचता - वाचता ससोबा म्हणाला, “एऽ हसोबा, चल, आपण एक गंमत करू या.”

हसोबा फुर्र करत म्हणाला, “आपण चहा करू या.”

ससोबा उड्या मारत म्हणाला, “व्वा व्वा! व्वा व्वा!! आपण चहा करू या.”

हसोबा शेपटी हलवत म्हणाला, “पण - पण चहा करायचा म्हणजे आधी काय करायचं?”

ससोबा ट्रिंग ट्रिंग शेपटी हलवत म्हणाला, “अरे, आधी कप-बशी घ्यायची. मग कपात चहा ओतायचा. मग कपातला चहा बशीत ओतायचा. दोन हातांनी बशी धरायची. फू फू

फुंकर मारायची आणि फुर्र फुर्र चहा प्यायचा. हा हा हा! हा!''

वैतागून, जमिनीवर शेपटी आपटत हसोबा ओरडला, ''पऽऽण... चहा... कसाऽऽ... करायचाऽऽऽ... ते सांग!''

कान खाजवत ससोबा म्हणाला, ''अं...

ते मला नीटसं माहीत नाही, पण... कुणाला माहीत असेल, ते मला माहिती आहे.''

''अरे मग सांग ना लवकर'' हसोबा खेकसला.

ससोबा हसून म्हणाला, ''अरे, माझ्याकडे एक पुस्तक आहे. त्या पुस्तकाचं नाव आहे, 'हे करा आणि ते करा.' त्या पुस्तकात नक्कीच दिलं असणार, 'चहा कसा करा,' काऽय?''

ससोबा आणि हसोबा मिळून 'हे करा आणि ते करा' हे पुस्तक झपाझप् वाचू लागले.

आणि खरंच!

त्या पुस्तकातील एका पानावर लिहिलं होतं. 'चहा असा करा.'

ससोबा म्हणाला, "हसोबा, तू पटपट वाच. मी त्याप्रमाणे चटचट करतो. तू सांग, मी ऐकतो. तू सांगशील तसं मी करतो. तू

मोठ्याने वाचायचं, मी ऐकून काम करायचं.''

हसोबा सलाम करत म्हणाला ''ओके! ओके!!''

हसोबा मोठ्याने वाचू लागला, ''एक कप पाणी घ्या.''

ससोबाने कपभर पाणी घेतलं.

''पाणी भांड्यात ओता.''

ससोबाने ऐकलं पाणी 'पोटात' ओता म्हणून ससोबा, कपभर पाणी प्यायला.

''पाण्यात दोन चमचे साखर घाला''

ससोबाने दोन चमचे साखर खाल्ली.

"आता साखर चांगली ढवळा."

ससोबाने विचार केला, 'आता पोटातली साखर कशी ढवळायची?'

हसोबा रागाने म्हणाला, "साखर चांगली ढवळा."

ससोबाने मग पटकन उलट्या-सुलट्या उड्या मारल्या. कोलांट्या उड्या मारल्या. उंच उड्या मारल्या. साखर 'चांगली ढवळली पाहिजे' म्हणून ससोबाने बेडूक उड्या पण मारल्या!

"एक चमचा चहा पावडर घ्या."

ससोबाने एक चमचा चहा पावडर हातात घेतली.

‘‘चहा पावडर ढवळलेल्या पाण्यात घाला.’’

ससोबाने हातातली चहा

पावडर, तोंडात टाकली. तोंड कडू-कडू झालं. त्याला चहा पावडर गिळता येईना. त्याला चहा पावडर थुंकता येईना. चहा पावडर जितकी चावावी, तितकी कडू लागते, म्हणजे

जास्ती चावली की जास्ती कडू.

ससोबाचं तोंड वेडंवाकडं झालं. शेपटी ताठ झाली. मिशा फेंदारल्या. लाल-लाल डोळे टिप्-टिक्, टिप्-टिक् उघडबंद होऊ लागले. त्याने चहा पावडर कशीबशी गालात ठेवली.

ससोबा गाल फुगवून, हसोबाकडे पाहू लागला.

हसोबा म्हणाला, ''आता गॅस पेटवा किंवा स्टोव्ह पेटवा.''

ससोबाने गॅस पेटवला.

''आता, हे चहापावडर घातलेलं पाणी, पेटलेल्या गॅसवर ठेवा.''

ससोबा जोरात ओरडला, ‘‘नॉऽऽऽऽऽही, नॉऽऽऽऽऽही, नाऽऽही.’’

जोरात ओरडल्याने गालात कोंबलेली चहाची पावडर, फक्कन्

घरभर उडाली.

हसोबा घाबरून दचकला. त्याला कळेना, हे काय?

रागाने फणकारत ससोबा म्हणाला, ‘‘ही कुठली चहा करायची पद्धत?

माझी शेपटी भाजेल ना! बंद कर ते पुस्तक.’’

हसोबाला कळलं काही तरी घोटाळा झालाय. पण नेमका, काय घोटाळा झालाय, हे काही त्याला

कळलं नाही.

हसोबाने विचार केला. शेपटी हलवली. पोट खाजवलं आणि म्हणाला, "अं... मी करतो चहा. मी करतोच चहा."

ससोबा समजावत म्हणाला, "अरे नको, नको! चहा करताना शेपटी भाजते.

अरेऽऽ आता मला कळलं. माणसांना शेपटी नसते, म्हणून तेच चहा करतात. हा! हा! हा! हा!"

हसोबाच्या मनात आणखीनच गोंधळ झाला.

इतक्यात शेतावर गेलेली आई आली.
धावत जाऊन ससोबाने आणि हसोबाने आईच्या हातातल्या पिशव्या घेतल्या.
आईने शेपटी हलवून दोघांना शाबासकी दिली.
पिशवीतले कोबी, गाजर दोघांनी मिळून टेबलावर काढून ठेवले.
एका पिशवीत दोन लाल मुळे होते. मुळे पाहून दोघे हसले.

ससोबा म्हणाला, ''मी खाऊ?''
हसोबा म्हणाला, ''मी खाऊ?''
''खा-खा, पण धुऊन खा'' आई म्हणाली.
शेतावरून आल्यामुळे, आई खूप दमली होती.
ससोबाने आईला प्यायला पाणी दिलं.
आईला बरं वाटलं.

हसोबा म्हणाला,
''काकू-काकू मी चहा करू?''
आईला आनंद झाला, पण
ससोबा घाबरला. ससोबा गयावया करत ओरडत म्हणाला, ''नको नको! शेपटी भाजेल. चहा नको!''

आई समजावत म्हणाली, “तू पुस्तक वाच चट्‌चट्. हसोबा चहा करेल पट्‌पट्. चहा पिऊ झटपट. कामे करू फटाफट्!”

ससोबा वाचू लागला, “चहा असा करा.”

हसोबा म्हणाला, “चहा तयार झाला.”

सगळेजण फुर्रफुर्र करत चहा प्यायले.

मिशा पुसत, आईने ससोबाला आणि हसोबाला शाबासकी दिली.

शाबासकी घेताना ससोबा लाजला.

लाजत-लाजत आईला म्हणाला, ''अग आई, मघाशी माझं काय चुकलं माहित्यै...''

पुढे ससोबाला काही बोलताच आलं नाही.

कारण,
हसोबाने लाल मुळा, ससोबाच्या तोंडातच कोंबला.
हसोबाने टाळ्या वाजवल्या.
ससोबा फक्त बघतच राहिला.

आता,
आईसाठी ससोबा, मस्त करतो चहा.
आणि म्हणतो कसा, ‘‘माझी शेपटी पाहा!’’

गरमागरम गारेगार!

मे महिना म्हणजे गरमागरम. गरम-गरम.
पहाटे-पहाटे, गार-गार.
सकाळी-सकाळी, जरासं गार.
सकाळनंतर, गरमागरम.
भर दुपारी, आग-आग.
संध्याकाळी, गरम-गरम.
उशिरा रात्री, जरासं गार.
ससोबा आणि त्याचा मित्र हसोबा वैतागले.
काय करावं? त्यांना सुचेना.

ससोबाने आइस्क्रीम खाल्लं.
हसोबाने कुल्फी खाल्ली.
तरीपण गरमागरम.
दोघे मिळून थंडगार कोला प्यायले.
तरीपण गरमागरम!

दोघांनी कचाकच चावून बर्फ खाल्ला.
होय, तरीपण तेच!
ससोबा, हसोबा जाम वैतागले.
ह्या गरमागरम उन्हाळ्याला पार कंटाळले.
झाडाच्या सावलीत, शेपटी हलवत वारा घेत बसले.

झाडावरच्या चिंपू माकडाने धपकन् उडी मारली.
ससोबा, हसोबा दचकले. माकड फिसकन् हसले.
ससोबाने, आपली वैताग गोष्ट चिंपूला सांगितली.

चिंपू माकड तोंड वेंगाडून म्हणालं, "कमालच आहे तुमची. तुम्ही उन्हाळ्यात आइस्क्रीम खाता, कोला पिता, बर्फ खाता म्हणजे तुम्ही 'वेड्या माणसासारखं करता.' अरे सशांनो, तुम्ही माझ्यासारखे हुशार प्राणी. तुम्ही जरा 'शहाण्या गाढवासारखं' वागा. काऽय?"

तुडतुड शेपटी हलवत हसोबा म्हणाला, ''म्हणजे आम्ही नक्की काय करायचं? ते तरी सांग.''

माकडाने पोट खाजवलं, शेपटी फुगवली आणि विचार करून म्हणालं, ''अं... ते मी कसं काय सांगू? आपण शहाण्या गाढवाकडेच जाऊ.''

चिंपू, ससोबा आणि हसोबा शहाण्या गाढवाकडे गेले.

सकाळची वेळ होती. थोडं-थोडं गरमागरम सुरू झालं होतं.

चालून-चालून चिंपू, ससोबा आणि हसोबाला तहान लागली.

चिंपू शेपटी गुंडाळून बसला.

ससोबा, हसोबा म्हणाले, ‘‘हुई! हुई!, खूप तहान लागली. आम्हाला थंडगार कोला, आइस्क्रीम किंवा बर्फ दे ना रे खायला! प्लीज!’’

शहाणं गाढव ‘खिंहॉ, खिंहॉ’ करून हसलं. गवतात बसलं.

"चिंपूने ससोबा, हसोबाची वैताग गोष्ट शहाण्या गाढवाला सांगितली. शहाणं गाढव पुन्हा एकदा खि खिं हॅं! करत हसलं.

शहाणं गाढव शेपटी उडवत म्हणालं, ''एक सोपी आयडिया तुम्हाला सांगतो.''

ससोबा, हसोबाने कान टवकारले.

चिंपूने कान साफ केले.

शहाणं गाढव बोलू लागलं, ''अरे, उन्हाळ्यात खूप तहान लागल्यावर आइस्क्रीम खाल्लं, थंडगार कोला प्यायला, कचाकचा चावून बर्फ खाल्ला तर... तहान भागत नाही रे सशांनो!

अशा वेळी विहिरीतलं, तळ्यातलं पाणी प्या. तहान भागेल.

नारळातलं पाणी प्या! तहान भागेल!

केळीच्या बुंध्यातलं पाणी प्या! तहान भागेल!

किंवा

काकडी खा! कलिंगड खा! टरबूज खा! टोमॅटो खा! तहान भागेल.''

चिंपू पोट खाजवत म्हणाला, ''उसाचा रस पिऊन पण तहान भागेल.''

शहाणं गाढव म्हणालं, ''शाबास चिंपू!''

ससोबा आणि हसोबा एकदम म्हणाले, ''लिंबू सरबत किंवा कोकम सरबत पिऊनसुद्धा तहान भागेल! हो किनई?''

शहाणं गाढव आनंदानं ओरडलं, ''भले शाबास! भले शाबास!! एकदम सही!!!''

मग सगळ्यांनी मिळून काकड्या खाल्ल्या. कलिंगड खाल्लं. टरबूज खाल्लं आणि मस्तपैकी कोकम सरबत पिऊन ढार ढूर ढेकरा दिल्या. हात-पाय ताणून आणि शेपटी गुंडाळून झोपा काढल्या.

गरमागरम उन्हाळ्यात त्यांना गारेगार वाटलं!

शेपटीवालं झाड

“अरे बाळा उठ. सहा वाजले.” ससोबाची आई ससोबाला म्हणाली.

ससोबा या कुशीवरून त्या कुशीवर वळला. तुड-तुड शेपटी हलवली आणि आऽऽ करून म्हणाला, “आणखी पाच मिनिटं झोपतो ना गं आऽऽई.”

पुन्हा पाच मिनिटांनी आई आली आणि म्हणाली, “अरे ससुल्या ऊठ. माझं शहाणं पिल्लू. ऊठ बरं.”

ससोबा कुरकुरत उठला. आळोखे-पिळोखे देत, मिशा पुसत म्हणाला, “आई, आत्ता मला चहा आणि पाव. मग गाजराचा शिरा, मुळ्याचा पराठा आणि कोबीची कोशिंबीर हवीच हवी.”

आईला थोडासा राग आला. रागाने कान ताठ करत आई म्हणाली, "अरे आधी तोंड धू. नदीवर जाऊन अंघोळ कर. येताना शेतातून भाजी आण. मग चहा पी.

आणि हे बघ बाळा, जर तुला वाटेत कोल्होबा किंवा लांडगोबा भेटले, तर ते जे सांगतील ते अजिबात ऐकायचं नाही. लगेच घरी पळून यायचं."

"आई मी किनई एकदम फास्ट पळतो. तू काही

काळजी करू नकोस.'' ससोबा शेपटी हलवत म्हणाला.

ससोबा गेला नदीवर. नदीत मासे सुळसुळत होते. लाल, पिवळे, चंदेरी मासे.

ससोबाला पाहताच माशांची सुळसुळ, चुळचुळ वाढली.

मासे म्हणाले, ''ससोबा ससोबा, खाऊ दे. आम्हाला लगेच जाऊ दे.''

ससोबाने काठावर पडलेली पिकलेली जांभळं टपाटप नदीत टाकली. माशांनी धमाल मस्ती करत जांभळं खाल्ली. लाल, पिवळ्या आणि चंदेरी माशांची तोंडं जांभळी झाली!

ससोबाने हात पाय धुतले. कान पुसले. मिशा साफ केल्या. इतक्यात एक लाल मासा म्हणाला, ''मागे बघ. मागे बघ. जांभळाच्या झाडामागे लपलाय बघ.'' आणि मासा पटकन पळून गेला.

ससोबाने झाडामागे नीट पाहिलं तर त्याला झाडामागे हलणारी झुपकेदार शेपटी दिसली.

ससोबा मनात म्हणाला, ‘कमालच आहे! झाडांना तर फांद्या असतात. फांद्यांना तर पानं असतात. पानांमधून फुलं येतात. तर काही वेळा फळं येतात; पण... पण... ह्या झाडाला तर शेपटी आली! खरंच कमाल! चला, शेपटीवालं झाड, आपण जवळ जाऊनच पाहू या.’

ससोबा निघाला शेपटीवाल्या झाडाकडे.

ससोबाने टुणटुण, टुणटुण दोन उड्या मारल्या.

आणि पाहतो तर काय... त्याला धक्काच बसला!

ससोबा जाम घाबरला! त्याचे कान थरथरले. मिशा फेंदारल्या.

जीभ लपलपली. शेपटी मऊ पिळपिळीत झाली आणि गोल फिरली!

शेपटीवाल्या झाडाला चक्क दोन पाय सुद्धा होते!

हे पाहून ससोबा घाबरला होता. त्याला वाटलं, हे शेपटीवालं झाड जर पळायला लागलं आणि पळता-पळता आपल्याच अंगावर पडलं तर...?

झाड पळत येण्याअगोदर ससोबा पळणारच होता.

पण ससोबाने विचार केला, ‘एवढ्या छोट्याशा पायांनी, एवढे मोठे झाड काही पळणार नाही आणि दोनच पायांनी पळायला झाड म्हणजे काही माणूस नाही.

चला, आपणच शेपटीवाल्या झाडाकडे पळत जाऊ. शेपटीवाल्या झाडाच्या शेपटीवरच बसू. टिंग टॉंग, टिंग टॉंग झोके घेऊ.’

ससोबा ऐटीत निघाला, शेपटीवाल्या झाडाकडे!

झाडाच्या मागे लपला होता लांडगा!

लांडगा मनात म्हणाला, 'व्वा!! व्वा! आता हा वेडा-गोडा ससुल्या जवळ आला की, ह्याला एका फटक्यात मारतो. मस्त ससा फस्त करून टाकतो. आजचा दिवस चांगला आहे. सकाळी-सकाळी समोर मस्त मऊ-मऊ खाऊ आहे!'

नदीच्या काठाकाठाने, ससोबा निघाला झाडाकडे. शेपटीवाल्या झाडाकडे.

लांडगा दबा धरून उभा होता. तो ससोबावर झेप मारण्याच्या तयारीतच होता. तोंड उघडून जिभल्या चाटत होता.

ससोबा शेपटीवाल्या झाडाच्या जवळ आला, तेव्हा नदीतला एक लाल-चंदेरी मासा हळूच बाहेर आला आणि ससोबाच्या पायाला गुदगुल्या करून पाण्यात सुळकन पळून गेला.

ससोबा एवढा दचकला, की तो धपकन पाण्यातच पडला!

त्याच वेळी लांडग्याने नेम धरून उडी मारली. पण ससोबा पाण्यात पडला आणि लांडग्याचा नेम चुकला! नदीतल्या दगडावर त्याचं उघडं तोंड आपटलं. कटाकटा दात पडले! लांडगोबाचं तोंड सुजलं!

कँ कँ वँ वँ ओरडत आणि शेपटी वाकडी करत, लांडगा जंगलात धूम पळून गेला.

नदीत पडलेला ससोबा सावकाश उठला. त्याने डोळे पुसले. मान हलवून

कानातलं पाणी बाहेर काढलं.

अंग झटकलं. शेपटी फडफडवली आणि झाडाकडे पाहिलं तर काय चमत्कार...

शेपटीवाल्या झाडाची
शेपटीच गायब!

आँ! असं कसं काय झालं? ससोबाला काहीच कळेना. इतक्यात पाण्यात सळसळ झाली.

सगळे मासे सु सु खो खो करून हसत होते.

एका लाल-पिवळ्या माशाने ससोबाला सगळी गंमत सांगितली.

तेव्हा ससोबा सु सु बो बो हसत माशांना म्हणाला, "अरे मला रे कसं कळणार? डोळ्यात पाणी गेलं की लहान मुलांप्रमाणे माझे डोळे बंद होतात. पण तुमचे डोळे पाण्यातसुद्धा उघडे असतात. म्हणून तर तुम्हाला दिसला 'दात पडक्या लांडगा' काऽऽय?"

मग सगळे मिळून हसले, सु सु खो खो, सु सु बो बो!

ससोबा घरी जाताना कोबी, गाजर आणि मुळा घेऊन गेला.

आईने त्याला चहा आणि पाव दिला. ससोबाने चहा पीत-पीत, आईला 'शेपटीवाल्या झाडाची' गोष्ट सांगितली. आई खूश झाली!

तिने ससोबाची पाठ थोपटली! आईचे डोळे पाणावले.

आईने ससोबाच्या मिशीला लागलेला चहा पुसला. ससोबाला

दोन बिस्कीटं दिली आणि विचारलं, ''ओळख पाहू कुणासाठी?''

ससोबा आनंदाने हसत म्हणाला, ''माझ्या नदीतल्या मित्रांसाठी! हो ना गं आई!'' आणि ससोबा आईच्या कुशीतच शिरला!

चला पोहायला

आज ससोबा लवकरच उठला. आईला नवलच वाटलं! ससोबाची शेपटी कुरवाळत त्याची आई म्हणाली,

"अरे छकुल्या-ससुल्या, आज रविवार. आज शाळेला सुटी. आज सकाळची शाळा नाही म्हणून..."

आईचं बोलणं थांबवत आणि मिश्या पुसत ससोबा म्हणाला, "अगं आई, म्हणून तर मी लवकर उठलोय!... आऽऽऽणि अशी काय बघतेस माझ्याकडे, एखादा कोल्हा बघितल्यासारखी!"

टकाटका शेपटी हलवत, ससोबा ऐटीत आईला म्हणाला, "अगं आज आम्ही नदीवर पोहायला जाणार आहोत. आम्ही म्हणजे मी आणि हसोबा. काऽऽऽय कशी आहे पोहण्याची आयडिया?"

“अंऽऽऽऽ, आयडिया चांगलीच आहे. पण तुला येतं का पोहता?”

कान खाजवत ससोबा म्हणाला, “म... मला हसोबा शिकवणार आहे!”

“अरे, पण हसोबाला येतं का पोहता?”

मान तिरकी करत ससोबा म्हणाला, “अगं आई, त्याला किनई पोहता येत नाही पण शिकवता येतं. खरंच!”

रागावून शेपटी ताठ करत, आई म्हणाली, “अरे मग पोहणार कोण? आणि पोहताना काही झालं तर? माहीत नसलेल्या पाण्यात उगाच उतरू नये.”

आईला समजावत ससोबा म्हणाला, “आई, तू उगाचच काळजी करतेस.”

पोहणार मी आणि शिकवणार तो! आणि आम्हाला पाण्याची माहितीपण आहे बरं का!! पाणी किनई वरतून खाली वाहात असतं.''

आई काही बोलणार इतक्यात, धाडकन दार ढकलून हसोबा आत आला. त्याने ससोबाचा हात धरला आणि दोघेही नदीकडे धूमऽऽम पळत सुटले.

आई घाबरली. तिला कळेना काय करावं? (ससोबाचे बाबा तर सकाळीच बाजारात गेले होते.)

ससोबा आणि हसोबा टणाटण उड्या मारत नदीवर पोहोचले. ससोबा आणि हसोबाची मैत्रीण ससुलीपण आली होती. ससुलीची बहीण सुसुलीपण होती.

झाडाखालच्या उंच दगडावर उभं राहात शेपटी फिरवत हसोबा म्हणाला, ''हं... तय्यार व्हा पोहायला.

पाण्यात पडलं की, पुढचे दोन हात आधी हलवायचे, मग मागचे दोन पाय. तोंडात पाणी गेलं तर चूळ मारायची. पाहा किती सोपं आहे! चला मारा उड्या पाण्यात! तुम्ही अजिबात घाबरू नका. मी इथे उभं राहून तुम्हाला मदत करीन.''

पण कुणीही पाण्यात उडी मारली नाही!

सुसुली मिश्या फेंदारून म्हणाली, ''हसोबा, आधी तू उडी

मार, म्हणजे उडी कशी मारायची ते तरी आम्हाला समजेल.''

हसोबाची चुळबूळ वाढली. फसाफसा शेपटी हलवत तो इकडे-तिकडे पाहू लागला. उगाचच कान फिरवू लागला. पोट खाजवू लागला. त्याला कळेना काय करावे!

फांदीवरून लोंबकळत, चिंपू माकड म्हणाले, ''मी ह्या हसोबालाच नदीत फेकतो

म्हणजे तुम्हाला कळेलच की कसं पोहायचं ते! खिर्ऽऽऽरर कूर्ऽऽऽरर.''

घाबरून, हसोबाची शेपटी पिळपिळीत झाली. कान लोंबू लागले. डोळे बारीक झाले. दोन हात पोटाशी धरले आणि लोंबकळणारे

माकड धापकन उडी मारून हसोबाच्या बाजूला येऊन उभे राहिले. तोंड वेंगाडत, हातवारे करत बोलू लागले.

"खिर्रऽऽऽऽऽरर, कुर्रऽऽऽऽऽरर. आऽऽऽऽहाऽऽऽ!

पोहण्याआधी खा संत्र,

मग म्हणा एक मंत्र.
खिर्रऽऽऽर कुर
नदीमध्ये मारा सूर.
नदीचा रे गाठा तळ
माशांची मग पळापळ.
शेपटी करा उंच ताठ,
तरच दिसेल नदीचा काठ.
लगेच उडी मारा झाडावर,
मस्त लोंबकळा फांदीवर.
खिर्रऽऽऽऽऽऽऽरर, कुर्रऽऽऽऽऽरर. आऽऽऽऽहाऽऽऽ!''

माकड नाचायचे थांबले. हसोबाला थोपटत म्हणाले, ''हं, चटकन म्हण, खिर्रऽऽऽर कुर्रऽऽऽर आणि पटकन मार नदीत सूऽऽऽर.''

आनंदाने टाळ्या वाजवत ससुली म्हणाली,

"मग तुला दिसेल नदीचा छान-छान तळ.
रंगीबेरंगी माशांसोबत तुझी पण पळापळ.
माशांची सूळ-सूळ, आणि तुझी चूळ-चूळ!"

मिशा पुसत, कान फिरवत सुसुली म्हणाली,

"नदीच्या तळाशी गार-गार पाणी, माश्यांसोबत गायची गाणी. नदीच्या तळीशी गार-गार गाजर, गाजर खायला हसोबा हजर. नदीच्या तळाशी शेपटी ताठ, सुर्रऽऽऽकन दिसेल नदीचा काठ."

आता ससोबा काही बोलणार, इतक्यात माकडाने शेपटी फुगवली. कराकरा पोट खाजवलं. दात वेंगाडले. कान हलवले आणि हसोबाला पोटाशी घट्ट

धरलं. माकडाचे केस हसोबाच्या कानात, नाकात गेले. हसोबाला जोरात शिंक आली फॅऽऽऽक... फऽकक!

माकड एकदम दचकलं. त्याला त्याची शेपटीच हलवता येईना. त्याने खूप जोर केला, पण काहीच उपयोग नाही. माकडाचा उजवा

पाय सुद्धा हलेना. त्याने खूप जोर केला, पण काहीच उपयोग नाही. माकड घाबरले. त्याचा एकच पाय भीतीने लटलट कापू लागला. भीतीने दात कडकड वाजू लागले. डोळे गरगर फिरू लागले. कान लोंबू लागले.

माकडाचं हे भयानक रूप पाहून सुसुलीचा धीर सुटला. ती दोन पावलं मागे सरकली. तिने हळूच बाजूला पाहिलं तर तिथे ससोबाच नव्हता. सुसुली आणखीनच

घाबरली. तिला वाटलं, चुकून हसोबाच्या बदली ससोबानेच नदीत उडी मारली की काय!

माकडाने थरथरत मागे वळून पाहिलं तर काय... ससोबाच्या बाबांनी माकडाची शेपटी गच्च धरली होती. ससोबाच्या आईने आणि ससोबाने माकडाचा उजवा पाय पकडून ठेवला

होता. ससोबा किंचाळला, 'पळ हसोबा.'

टुणकन उडी मारून हसोबा पळाला, ससुली पळाली, सुसुली तर धावत सुटली.

बाबांचा हात धरून, ऐटीत मिशा पुसत, ससोबा माकडासमोर उभा

राहिला. ससोबाच्या आईने चिंपूचा कान धरला आणि ती काही बोलणार इतक्यात चिंपू म्हणाला, "सॉरी-सॉरी पुन्हा अशी चूक करणार नाही. प्लीऽऽऽऽज...!"

चिंपूला थोपटत आई म्हणाली, आजपासून शहाण्या माकडासारखं वागायचं. चल आता घरी. कोबीचा आणि गाजराचा नाश्ता तयार आहे...

आई पुढे काही बोलणार तोच झाडामागून ससुली ओरडली, "मला कोबी, मला गाजर..." आणि सगळे ओरडले, "ते खायला आम्ही हजर!"

ससुल्या

कोंबडा ओरडला, "कूऽऽ कूऽऽच कूऽऽऽ"

सकाळ झाली.

सकाळ झाली तरी ससोबा उठलाच नाही.

कोंबड्याने खिडकीतून पाहिलं, ससोबा नुसताच लोळतोय.

कोंबड्याला राग आला.

थोड्या वेळाने कोंबड्याने पुन्हा एकदा केलं, "कूऽऽ कूऽऽऽऽच कूऽऽऽऽऽऽ"

आता सूर्य उगवला. घरामध्ये ऊन आलं. कोंबड्याने पुन्हा खिडकीतून पाहिलं.

मघाशी लोळणारा ससोबा आता उशीला टेकून, तंगड्या पसरून, जांभया देत आरामात बसला होता.

कोंबड्याला खूप म्हणजे खूपच राग आला! त्याने खिडकीच्या काचेवर चोचीने टकटक केलं. ससोबाने मान वळवून पाहिलं.

कोंबड्याने गळा फुगवला, डोळे मोठे केले आणि जोरजोरात तुरा हलवला.

ससोबा दचकला! घाबरला!! थरथरला! टुणकन उठला. आईकडे पळाला.

आईने बाळाला जवळ घेतलं. त्याची शेपटी कुरवाळली. ससोबाची भीती पळाली. आई मिशा पुसत त्याला म्हणाली, "अरे ससुल्या, सतरंजीची घडी केलीस का? पांघरुणाची घडी केलीस का? उशी जागेवर ठेवलीस का? आणि खसाखसा तोंड धुतलंस का?"

ससोबा हसत-हसत उड्या मारत
गाऊ लागला :
उशीची घडी केली पटापट
सतरंजी धुतली फटाफट
जागेवर तोंड ठेवलं पटापट
उशी धुतली फटाफट
तोंडाची घडी केली पटापट
तोंडात पांघरुण ठेवलं फटाफट

ससोबाची आई शेपटी उडवत हसू लागली. ससोबा दोन हातात कान धरून नाचू लागला.

ससोबाचा नाच थांबवत आई म्हणाली, "अरे-अरे मी तुला सांगितलं काय? आणि तू केलंस काय? आणि असा कान धरून नाचतोस काय?"

ससोबा दोन पायांवर उभा राहिला. त्याने शेपटी ताठ केली. मिशांवर हात फिरवत, ससोबा आईला म्हणाला, "आई-आई, असं गं काय म्हणतेस? तूच मला म्हणालीस, 'उशी धुवून ठेव. तोंड जागेवर ठेव आणि सतरंजी पांघरुण तोंडात ठेव!' मी तर तसंच केलंय की!!"

डोळे बारीक करत आणि शेपटी उंच करत आई म्हणाली, "अरे लबाडा, मी तुला असं सांगितलं होतं काय? थांब तुझे कान पकडते, म्हणजे तुला नीट ऐकू येईल."

ससोबा टुणकन उडी मारून आईच्या कुशीत शिरला!

आईच्या गळ्यावर कान घासत ससोबा म्हणाला, "आई-आई, मी गंमत केली गं. मी किनई, सतरंजीची, पांघरुणाची घडी केली, जागेवर ठेवली. उशीची घडी... नाही .. नाही! उशी उचलली, जागेवर ठेवली. काऽऽय बरोबर आहे किनई?"

ससोबाचे कान कुरवाळत आई म्हणाली, ''अरे ससुल्या. तरीपण एक गोष्ट राहिलीच की!''

कान खाजवत ससोबा म्हणाला, ''आँ! आता कुठली बरं?''

आठव-आठव असं आईने म्हणताच, ससोबाने कान फिरवले, मिशा खाजवल्या आणि ओरडला, ''हां हां, आठवलं! तोंडाची घडी... नाही... नाही! तोंड धुवायचं राहिलं. हां आता जातो आणि आता येतो.''

टणाटण उड्या मारत ससोबा विहिरीवर गेला.

विहिरीवर हसोबा वाटच पाहात होता.

दोघांनी खसाखसा तोंड धुतलं.
एकमेकांच्या अंगावर पाणी उडवलं.
एकमेकांचे कान चाटून साफ केले.
एकमेकांच्या शेपट्या विंचरल्या.
आपापल्या मिशा पुसल्या.

ससोबा, हसोबा टुणटुणत घरी निघाले. इतक्यात ससोबा भीतीने लटलटू लागला. हसोबाला कळेना ससोबाला काय झालं? ससोबा भीत-भीत म्हणाला, ''मी... मी विहिरीत लपतो. झाडामागून तो बघ कूकूकू बघतो.''

'ससोबाला पोहता येत नाही, तो विहिरीत कसा काय लपणार? तो कूकूकू कोण? तो बघून काय करणार?' हसोबाला काही कळेचना. तो ससोबाला ढकलत-ढकलत घेऊन चालला. घाबरल्यामुळे ससोबाची शेपटी पिळपिळीत!

ढकलाढकलीने हसोबाची शेपटी तरतरीत!

इतक्यात झाडामागून कोंबडा आला. ससोबा समोर उभा राहिला! ससोबा भीतीने गळपटला!

कोंबड्याने गळा फुगवला. पोटावरची पिसं फुलवली.

जोरजोरात तुरा हलवला आणि हसोबाला म्हणाला, “उशिरा उठणाऱ्या सशांना, घरात काम न करणाऱ्या आळशी सशांना मी काय करतो तुला माहीत आहे? तुला पाहायचं आहे?... थांब दाखवतो...”

कोंबड्याने पंख फुलवले, चोच उघडली, एक पाय वर उचलला... आणि इतक्यात ससोबा ओरडला, “थांब कोंबडेदादा, थांब. मी उद्यापासून सकाळी लवकर उठणार आहे आणि उठल्यावर सतरंजीची, पांघरुणाची आणि उशीची घडी करणार आहे रे...”

हे ऐकल्यावर कोंबडा आणि हसोबा खूप-खूप हसले!

कोंबडा म्हणाला, "अरे ससोबा, पण मी तर तुला काहीच करणार नव्हतो! उगाचच घाबरला का रे, ससुल्या?"

आता मात्र ससोबा, हसोबा आणि कोंबडोबा सगळेच हसले. नाचले. गायले.

नाचता-नाचता कोंबड्याने झाडामागे लपलेल्या ससोबाच्या आईला तुरा हलवून खूण केली; हे ससोबा-हसोबाला कळलंच नाही!

आता मात्र सगळे, म्हणजे चौघेजण हसले!

पाऊसफुले!

आज शनिवार. सकाळची शाळा. ससोबा लवकर उठला. खिडकीतून बाहेर पाहिलं, सगळीकडे काळोखच काळोख. दरवाजा उघडून बाहेर पाहिलं. तरीपण काळोख. आकाशात पाहिलं, तर तिथेही काळोख!

त्याला कळेना असं कसं झालं? त्यांना शाळेत तर शिकवलं होतं, की रोज सकाळी सूर्य उगवतो आणि सूर्य उगवला की प्रकाश पडतो. मग आजच काय झालं? स्वयंपाकघरात पाहिलं आणि त्याला धक्काच बसला! तिथे तर प्रकाश पडला होता! ससोबा खुदकन हसला. त्याला समजलं आईने दिवा लावला होता.

ससोबा शेपटी खाजवत विचार करू लागला, 'आई उठली. कामाला लागली म्हणजे सकाळ झाली. मग सकाळ झाली तरी हा काळोख कसा काय?'

शेपटला हात पुसत आई म्हणाली, "काय ससोबा, कुठला विचार चाललाय? चूळ भर. तोंड धू. चला, आटपा लवकर. आज सकाळची शाळा आहे."

शेपटी फुगवून आळस देत ससोबा म्हणाला, ''अगं आई, सकाळ झाली. तू कामाला लागलीस. बाबा बागेत गेले. तरी अजून सूर्य कसा नाही उगवला? प्रकाश कसा नाही पडला गं? अजून रात्रच आहे का गं?''

आईने ससोबाला जवळ घेतलं. प्रेमाने चाटलं, शेपटीने थोपटलं. कानामागे खाजवलं. आई म्हणाली, ''अरे वेडुल्या, आकाश भरून आलंय. आकाशात काळे ढग आलेत. अरे, पावसाचे ढग आलेत. आता प्रकाश पडेल चमचमणाऱ्या विजेचा. आवाज येईल गडगडणाऱ्या ढगांचा. मग येईल पहिला पाऊस. गारेगार पाऊस. रिमझिम पाऊस. तडतड पाऊस. मुसळधार पाऊस.''

ससोबाने टुणकन उडी मारली. आनंदाने आईची शेपटी कुरवाळली आणि टणाटण उड्या मारत बागेत पळाला बाबांच्याकडे.

सकाळच्या नाश्त्यासाठी, कोबी आणि गाजरं घेऊन बाबा बागेतून येत होते. ससोबा शेपटी ताठ करून जोरात धावत सुटला. पहिल्या पावसाची रिमझिम बातमी त्याला बाबांना सांगायची होती. इतक्यात चमकन वीज चमकली आणि झाला की गडगडाट! ससोबा इतका दचकला की धाडकन बाबांवरच आपटला.

बाबा आणि ससोबा पडले खाली. त्यांच्यावर पडले गाजर आणि कोबी. टुणकन बाबा उठले. बाबांची शेपटी धरून ससोबा उठला. बाबांनी शेपटी झटकली. काही बोलणार इतक्यात टप-टप पाऊस वाजू लागला.

झाडांवर-फांद्यांवर, पानांवर-फुलांवर, अंगावर-खांद्यावर, तोंडावर-शेपटीवर, डोळ्यांत-कानांत, मातीत-शेतात, सगळीकडे पाऊसच पाऊस! टपटप पाऊस, तडतड पाऊस, रिमझिम पाऊस, झिमझिम पाऊस, धारदार पाऊस, गारगार पाऊस.

भुरभुर पावसात, भिजलेल्या डोळ्यांनी ससोबाने पाहिलं, तऽऽर, 'आजूबाजूला पावसाची झाडं, पावसाची पानं, आकाशातून टपटप पावसाची फुलं!'

ससोबा आनंदाने वेडापिसा झाला. त्याला खूप खूप खूप आनंद झाला. त्याला इतका आनंद झाला की त्याला काही बोलताच येईना. त्याने बाबांना घट्ट मिठी मारली.

ससोबा भिजला. बाबा भिजले. भिजत-भिजत घरी निघाले. (भिजता-भिजता कोबी, गाजर धुऊन निघाले.)

आई वाटच पाहत होती. आईला पाहताच ससोबाने बाबांचा हात सोडला आणि धावतच जाऊन तो आईला बिलगला. बाबा पटकन बागेत गेले आणि आलं घेऊन आले.

पावसाच्या फुलांत भिजलेल्या ससोबाला आईने प्रेमाने थोपटलं. ससोबाची ओली-ओली पापी घेतली. मग त्याला खसाखसा पुसलं. त्याची शेपटी विंचरली. त्याच्या मिशा पुसल्या.

मिशा हलवत ससोबा म्हणाला, "अगं आई, हा कुठला वास?"

ससोबाला थोपटत बाबा म्हणाले, "अरे हा मातीचा वास!"

"तुम्ही कोबी खा, तोपर्यंत मी आलं ठेचून चांगला चहा करते. पावसात भिजल्यावर आल्याचा चहा बरा!"

आईचं बोलणं संपण्याआधीच, ससोबा आईला ढकलत अंगणात घेऊन गेला. टुणटुण उड्या मारत

बाबा सुद्धा आले. आई, ससोबा आणि बाबा सारे मिळून पावसात भिजले. पावसात नाचले. गाणी गायले.

पाऊसफुलांत भिजताना ससोबा आईला म्हणाला, “आई-आई पावसात भिजल्यावर आल्याचा चहा बरा, म्हणून मी तुला भिजायला आणलं गं...”

चिंब भिजलेल्या ससुल्याला जवळ घेत आई म्हणाली, “आलं माझ्या लक्षात!”